Saan Aabot Ang P20 Mo?

Jobert M. Pacnis

Ukiyoto Publishing

Dedikasyon

*Ang simpleng aklat na ito ay alay sa sambayanang
umaasa at umasa ng P20 kada kilong bigas.*

Pasasalamat

*Ang may-akda ay nagpapasalamat sa…
kanyang pamilya na pinaghugutan ng inspirasyon;
mga kabuktutang nagaganap sa lipunan na balon ng mga
karanasan;
Poong Maykapal na pinagmulan ng lahat ng patnubay…*

Contents

Pambungad

NAGHAHANAP ang bawat isa ng kapahingaan sa maghapong trabaho. Ang iba't ibang kalagayan o larawan ng buhay na nakapaloob dito ay sadyang hinabi para magsilbing paalala, hugutan ng lakas at inspirasyon.

Mabungang pagbabasa!

Kaiba ang Bayan Ko

Tahi ang bibig, nakabibingi ang tahimik
ng paligid, walang kahit isang salitang
nagsasatinig sa aming binuong
salaysay sa kung paanong ang taas
ng mga nakahain sa plasa ay tila
daluyong walang nakapipigil, sinasagasa
ang lahat, malaki o maliit man
ang tinatanggap. Walang magawa,
kaysa hindi malamnan ang humahapding
sikmura, inaabot ang nais nila.

Iba ang daigdig dito kaysa sa mga kalapit,
nagagawa nilang magkasundo
ang nagbebenta at namimili, kaiba
ang bayan ko, ang laging umaawit
ay ang isang panig—kaisa

ang nagkakandili sa kanila na
nananatiling nakakubli sa dilim.

Kaiba, kaiba nga sa bayan ko
'pagkat lahat kami'y mayayaman
sa akala ng mga gahaman.

Medikasyon

Niyayakap at pinaniniwalaan ang pinagkakatiwalaang
manggagamot, hindi na inaalam
ang epekto ng lulunukin— mas mahalaga
ang kompirmasyong gagaling din. Saka
pa lamang hihinto at mag-iisip
kapag napagtantong nakikitira na
ang hapdi at pagkabalisa. Saan
napupunta ang sandakot na gamot
sa araw-araw, ang salaping pinakakawalan
sa kamay
ng dalubhasa?

Ang kagalingan ay mababatid na 'sing-ilap
ng agila, hindi darapo sa wala o mababaw
ang paniniwala sa pagkakaugnay ng kalikasan
at ng tao, sa ugnayan ng mga bagay sa paligid

sa sistemang nakapaloob sa katawan.

At saka pa lang maiisip, walang medikasyong
tatangayin ang sira ng mga selula na di nag-ugat
sa sampalataya at pananampalataya. Karamiha'y
nagtatapon lang sa kamay ng mga negosyanteng
dalubhasa. Tunay na kagalingan
ay nasa ugnayan ng tao, ng kalikasakan
at ng Lumikha. Ang pagiging mangmang
sa kaalaman ay hindi resibo
ng kagalingan.

Dilim

Kitang-kita ko ang pagkubli

ng liwanag, nahihiyang tumitig

sa paparating na dilim. Unti-unti

binalot ng karimlan ang paligid.

Niyapos ako, ramdam ko kahit

di ko siya nasisilayan, ang kanyang

hatak at yakap tila isang kumunoy

pilit humihila sa mundong kakaiba.

Ang pagpipumiglas ay nauuwi

sa wala. Basta na lang tayong

nagpapatangay sa kamay nito, nagiging

bulag sa madaraanan,

hinang-hina sa paghakbang.

Ang katotohanan, minsan

ginugusto nating magpatangay

na lang sa dilim baka sakaling

sa kanyang

sinapupunan naroon ang tunay

na pagkahimbing, ang totoong

kapahingaang wala sa Liwanag

na nababatak ang buong katawan.

Gayunma'y gigisingin din pala tayo

ng liwanag at itataboy ang dilim,

at patuloy lang ang inog ng buhay.

Iiwan ang pangaral:

yakapin ang dilim, huwag patangay.

Karamdaman

Ang lalim ng gabi'y
di hadlang sa bigla mong
pagdalaw. Nanabik o kinasabikan mo
akong muli gayong
di mo naman ako lubos iniwan. Heto tuloy
at nakipagbubuno ang talukap
ng mga mata, binabantayan
ang paglikot ng isipan, ibinabaon
pilit ang babangong alalahanin,
kung bakit kasi di ka nagpaalam
na dadalaw

        muli

    at

        muli.

Yakap mo'y ramdan na ramdam ko,

sabik na sabik ka nga, nanunuot
sa buto ang init ng yung pagdalaw
sinisilaban ang buo kong katawan,
gustuhin pa yatang matupok ako't
maabo. Ano nga ba ang nag-udyok
sa muli at bigla mong pagdalaw?
Batid mo namang di pa ako nakahakbang
sa dati mong pinag-iwanan.
Ngunit heto ka na, yumayakap
nang napakahigpit at heto ako
walang magawa kundi hayaan kitang
ubusin ang pagkasabik. Ako'y
nasasakal ngunit hihinga at hihinga
sa yapos kong paniniwala.

Ang Babae, Sa Wakas

(Pasintabi kay Apong RAD)*

Dapithapon, maluluoy ang mga rosas

Wala sa halimuyak ang pananatili

Ng bulas ng pamumukadkad: matutupok

Ang lagablab ng sumasayaw na apoy

Natutuyot ang hamog sa mga sanga

At tumatakas ang tamis ng ngiti ng umaga.

Tatangayin ang halimuyak ng dibdib

Sa kalawakan: dalit na maging bukambibig

Dala-dala ng hangin sa kawalan

(Isang katotohanan: naagnas ang petalo

Sa pagbagsak sa lupa, perpektong proseso

Ng pamumukadkad at pagkaluoy)

(Nagugutom din kasi ang lupa! Bawat salo

Pagkaing kailangang ubusin, ang paligid

Kailangang maaliwalas, malinis)

Kambal ang tuwang yayakap sa dahong kasusuwi

Pagkakataong muli na may bagong bubukadkad, at muli

Dapithapon, maluluoy ang mga rosas.

*Reynaldo A. Duque, Palanca Hall of Fame awardee (2003) at kauna-unahang Ilokano na naging patnugot ng Liwayway Magasin.

Krayola

Ang iginuhit ay lalong
      tumitingkad ang rikit
sa makulay na yakap nito;
      sa paghawak ng mahigpit
di maiiwasang minsa'y
      napuputol, nagkakapira-piraso.
Ambilis ibasura
      hindi nagdadalawang-isip,
ipagpapalagay na pudpod nang
      walang silbi.

Naputol lamang, hindi naubos
      hawakan lang at muling
kukulayan ng kagandahan
      ang isang obra-maestra,
tayo nga ri'y lalong kumikinang,

nagkakakulay ang buhay
sa bawat pagkaputol, sa bawat
pagkadapa.
Hindi hinahayaang
masumpungan ang sarili
sa basurahan.

Panalo

Nag-init ang aminadong
binagong larawang birtwal
sa sanlaksang matang nakatuon
dito. Umabot ang lagablab
sa templong marmolisado,
lahat sinusuong ang liyab. Ayaw
pahuli kahit isa. Malaki nga namang
ginhawa't kaginhawaan
ang nakataya, aalamin
talaga kung walang
moro-morong naganap
at nagaganap
sa loob ng tahanan.

Seguridad, yan daw ang dahilan
kaya marahil lantad

ang damit at pananamit

ng sinasabing panalo

sa huling bola.

Pagtataya, sa likuran

ng binagong larawan

sigurado ang seguridad

na panalo ng mga nagpapotosyap.

Pagpipistahan ang larawan

sa medya, magigisa

ang mga isinalang, mauuwi rin

sa kagayang mga naunang

pag-iimbestiga sa mga samu't

saring isyu. Sanay na

ang bayan. Itong imbestigasyon

sa pinagmulan ng mga kinakalap

na lagda ng bayan, panalo

silang nagbabalagtasan. Sino ba

ang magpapaabo sa sariling tahanan?

Saksi

iginuhit nang maigi
        ang larawan
ayon sa nagrehistro
        sa utak, tiniyak
na walang nakaligtaang
        detalye alang-alang
sa kapayapaan
        ng loob

saka kinulayan
        ng kung ano ang nararapat
walang artipisyal
        na ginamit, lahat
orihinal, alinsunod
        sa isinalansan
ng puso at utak

        hindi sa narinig lang

buong kapayapaan
        ang loob nang ipakita
sa dambana ang larawan,
        buhay na buhay,
animo'y *video* ang kumuha,
        o may madyik ang kamay
walang ipinagkaiba
        sa tunay

upang siya lamang
        ay titigan ng pataas-
pababa, at tanggapin
        ang talim ng paningin
ng mga pinagpipitaganan,
        maling- mali raw ang kanyang
guhit: panlulunod daw ito
        sa bayang pinagmulan

gayong ang larawan
        ay simpleng pagtanggal
lamang ng maskara
        sa mga lihim na sumasalok
sa kaban ng bayan

mali, maling-mali palang
        iguhit ang tunay na larawan

Tinig

Tanging sa harapan ng *computer*

nakamasid, nakaupo at nag-iisip,

di nauubusan ng puwedeng gawin,

kalikutin o likhaing mundo: buhay

na buhay ang damdamin sa bawat

matapos, may hindi kayang ilarawan

ng pintor na galak; o bigyang kamanyang

ng isang makata. Sapagkat ang panahon

nga naman ay napakatulin, maiiwan

ang nanatiling bilanggo ng makinilya

o silang mga hindi matalikdan

ang nakagisnan: mas masarap daw ang luto

sa kahoy; mas masaya raw sa probinsya;

kailangang lutuin ng sarili ang kakainin;

hindi nila naiintindihan ang kailangan

ng makabagong panahon.

Ang binubuong mundo ay hindi pala

tunay na mundo kung hindi ito

nakaapak sa lupa, hindi puwedeng tirahan

kung ang hanap ay kapanatagan;

ang nararapat ay dinggin ang tinig

ng kapaligiran, ng puso, ng isip—

pagsasamahin lahat nang mabuo

ang mundong inaasam, ang mundong

hindi kailangang magmadali, ang

mundong dama mo ang katahimikan,

ang mundong kawangis ng dating mundo.

Kasagutan

--Sa buhay, minsan ay alak ang kasagutan – R.B. Abiva

Nalulunod tayo ng mga tanong

sa madalas na 'di pagtugma

ng sagot sa ating kahilingan

o inaasam, minsan may halong

paninisi lalo pa't pagal na

ang katawang naghihintay

sa tunay na kapahingaan.

Nasusumpongan na lang

ang sariling nilulunod

sa balon ni Bacchus, kahit

pansamantala nararamdamang

sa buhay nga, minsan ay alak

ang kasagutan, tumutulong

malimutan ng saglit ang mga tanong

lumulunod sa atin. Hindi mahalaga

ang sinasabing dulot sa katawan,

mas nangingibabaw

ang pansamantalang kasagutan.

'Pag nagising, panibagong

pakikibaka at muling paghahanap

sa bito ng panandaliang paglimot.

Hangga't di talaga

nasumpungan ang mga kasagutan

sa mga nakalulunod

na tanong.

Hindi Tayo Ang Nagmamay-ari ng Lupa

Sinisipat nating maigi

ang malawak na lupain

na ating nadaraanan sa bawat

araw na hinahanap ang mas

malagong pastulan. Hindi

naiiwasang mangarap na baling-

araw ay makaangkin ng pagsisimulan

ng bagong kabanata

ng buhay. Kaya madalas,

ginagawang araw ang gabi,

iniiwan ang piling ng mga mahal,

kinakalimutan ang sarili.

Sa isang banda, maraming

umuusbong na pag-angkin

na di kailangan ang pagpapawis,

ang kailangan lamang
ay ang tindi ng pangalan
at talinong magpaikot
sa katotohanan. Magagawang
tama ang lahat sa mata
ng lipunan. Mabubura
ang kasaysayan ng sibilisasyong
sa lupa nagmula, mapapalitan
ng modernong pamumuhay at kabuhayan
at tuluyang mailibing
ang pinagmulan.

At muli, makakalimutang
di natin pagmamay-ari ang lupa. Iduduwal
sa tamang panahon ang lahat,
lahat-lahat ng lasong ipinalamon
sa kanya. Sa ka niya tayo
aariin ng buong-buo.

Pagbasa

(Unang Tula)

Ito ang mga titik na bubuo

sa bawat salita

sa bawat pangungusap

sa bawat talata

Sa bawat diwang nais

isatinig, ipalasa

sa lipunang ginagalawan

May rikit ang bawat isa

taglay ang sariling kahulugan

na ipagtagpi-tagpi

sa anumang bubuoin

ng pagkahubog

sa karanasan

Titigang maigi, lasapin
ang natatanging templa
nasa dila kung paano
tatamis at papakla

Sa pagkakilala ng husto
sa bawat isa, makikilala
at maiintindihan
ang di nababasang pangyayari
sa bayan na sadyang binura
ang ilang mga titik, salita,
maging pangungusap at mga talata

Para ito sa sarili nilang pakahulugan
sa diwa ng sinisilbihan at paninilbihan.

Bukal

Ang dumadaloy sa dibdib
Bukal na walang 'sintamis
Ngunit ba't ipinapalit
Sa ligayang isang saglit?

Bato

Isinama ng dumausdos
na ulan mulang tuktok
ng bundok, marahil pagod nang
kumakapit sa kawalan
ng makapitan; nang mahawi
ang lahat ng kalat,
naiwan lang sa tabi
ng daan,
nakahambalang.

Maraming umasa na babalikan
at tuluyang ipadausdos
sa kailaliman, sa lugar
na walang magagambala,
sa kung saan may susumpungan
siyang makakapitan.

Silang may kakayanan
ay nanatiling bulag, di madama
ang pagbagal ng mga sasakyan
o maintindihan ang peligrong
maaring mangyari anumang oras;
naging bingi,
di naririnig ang alingawngaw
ng paglingap.

Kailangan pang pintahan
ng ordinaryong mamamayan
at ilahad sa dibdib nito
ang tumigas na katamaran
ng kinauukulang ahensiya
bago may tumayo at makaramdam
ang kanilang bigat sa pagkakaupo
na nahinog na sa panahon.

Pasasalamat

Panginoon, ako'y musmos
Na lumuluhod sa'yong krus
Napakadakila mong Diyos
Pinagaling akong lubos.

Huwag Magtaka

Hindi na ako
ang dating ako,
'wag mo nang hanapin
ang iyong nagisnan
o nabalitaang ako

Ikaw ba naman
ang binalatan,
hinalukay ang loob,
ang laman-loob,
ninakaw o ipinagkait
ang tanging meron ka

Ikaw pa ba ang ikaw?

Kaya hindi na ako
ang dating ako.

Ilibing mo na ang dati
mong kilalang ako

Patay na ang dating
ako.

Saan Ka Patutungo, Guro?

Hindi natatapos sa mga sulok

ng silid ang iyong responsibilidad,

iuuwi sa bahay ang lahat,

sisiguruhing maayos para bukas,

yaong ika'y makilala na kakaiba

mag-iiwan ng di malimot na alaala.

    Kahit pansin mo at nadarama

ibang-iba na pisara sa utak nila,

laging basa, ayaw masulatan ng tisa,

dala mo lagi ang mahinahong tinig

ayaw mong makalikha ng anumang

sugat, ngunit ikaw naman ang nasusugatan

sa ilang beses na pagkatapak

ng iyong pagkatao.

    Hindi ka puwedeng mangaral

gamit ang kamay

o kapirasong kawayan

o magsalita ng mabigat (gaya noon);
dahil wala kang karapatan, sila
ang gabundok
ng karapatan, nakatitig
ang marami sayo
sa oras nanpakawalan ang mga naipong
daluyong sa dibdib.

Ora-mismo, maging laman ka ng balita,
babandera ka sa social media.

Ora-mismo, ang liwanag mo'y
lalamlam, hahandusay.

Wala kang aasahan, madali ka Lang
palitan...

Guro

Kung bakit lapad ang tauhan
sa kuwento ng mga bata, dinggin
muna ang kuwento
ng mga aklat, bag, notbuk,
maski ang kanilang selpon,
o ang pisara,tisa, lamesa, upuan
at ang pintuan ng silid, maski
ang mga bintana, bobeda
at ang kinakain ng kalawang
na electric fan, isama na
ang kuwento ng kanilang tiyan.

Panghuli, dinggin mo
ang 'yong kuwento.

Pagkatapos, maiintindihan mo
kung bakit ang kanilang kuwento

ay wala ka sa banghay nito.

Pabula ng Digmaan

Inutusan si Pusa na hanapin

ang nanginginain

ng mga pananim. Tumalima

kahit batid ang nakaambang

panganib. Paano

ang pakikipagtuos sa isang

halimaw? Puwedeng hindi na siya

makabalik. Maliksi siya,

mabilis, siyam pa nga raw ang buhay.

Ngunit nag-aalala kung paano

gampanan ang utos gayong iba

ang kanyang dalang sandata

sa labanang kalaban ay bihasa.

Binigyan naman ng sandata,

yaong batid niyang hindi ito

makagagapi sa kalaban. Sa kanyang

sariling kakayahan na lamang

iaasa ang kaligtasan

sa nakaambang kapahamakan.

Kapag pangalan na lang ang makabalik

alam na alam niyang isa siya

sa mga inialay sa digmaang

wala siyang kamuwang-muwang. Isa

na siya sa maraming ipinapadala

sa bakbakan na di sapat ang sandata.

At bukas, isa na lang

sa karaniwang kuwento

ang kanyang pangalan.

Kalayaan

Iwinagayway na noon
sa Kawit ang tanda
ng ating kasarinlan.

Bago pa man ang Kawit,
may kalayaan na tayo,
meron na pagkasilang pa lang.

Isang handog ng Lumikha,
nagkaroon lamang ng limitasyon
nang lumampas ang tao

Sa linya. Nang di nakilala
ang kapatid,
nang umusbong sa puso

Ang paghahangad ng sobra,
ang mga Utos ang naging hangganan

ng ating kalayaan.

Pinagtatalunan kung mayroong
tunay na kalayaan,
sa pamamahayag, sa pagsasalita

Ng sariling pananaw, bakit
andaming naiaalay na kaluluwa
sa pag-usal ng kanilang karapatan.

Anuman ang bagong pakahulugan
ng kalayaan, ang totoo
malaya tayo, malayang-malaya

Wala ngang nakagagalaw
sa mga lantarang harabas
ng bayan, walang pinatutunguhan

Pagkat laging moro-moro
(o mekus-mekus ang nararapat)
ang ginagawang paghahalungkat.

Kung naisin ang tunay na kalayaan,

magnilay ang isip, sumunod

ng maayos ang kilos-loob.

Di na kailangan ang isa pang

pagwagayway ng bandila

sa Kawit, sapat na ang pagbusilak

ng mismong sarili, ito ang tunay

na salamin ng kalayaan,

nasa puso, nasa isip...

Paulit-ulit

Bawat taon, pinatitingkad

at pinatatatag ang lubid

ng sinumpuang tungkulin,

alang-alang palagi sa mga bata.

Kung ano ang inihain noong simula,

at sa mga sumunod na pagsasalo-salo

ay wala nang nagbago,

kung mayroon man, tanging

pangalang pinabango lamang

sa ngalan ng paghalimuyak ng pangalan

ng mga tinitingala. Ngunit

'yun din ang laman at lasa.

May pagkaumay

ang mga humaharap sa paulit-ulit

na *menu*, ang lasa ng handa

ay wala sa reyalidad ng mga gutom

na isip. Lasing ang mga ito

sa pambebeybi. Anino na lang

sa kanilang harapan ang mga nagsasakripisyong

nakisalo-salo para sa kanilang kinabukasan.

Namnamin man nila o hindi

itong handa, sila ay mananatiling

busog sa hungkag na grado, sinisigurado

ito ng isang sako nilang karapatan.

Ito ang karapatang unti-unti

pumapatay sa kanilang

pagiging sila. Masasanay sila

sa tanging paglunok, walang pagnguya,

gagawin ito ng iba

para sa kanila.

Paulit-ulit lamang ang eksenang

umuubos sa panahon

sa loob ng hulmahang-silid.

Pirma

Pinagtitibay
        ang bawat dokumento,
walang bisa
walang halaga
walang katuturan
ang anumang napagkasunduan
kapag nawala ito.

Isinusulong
        ang bagong gamit
        o paggagamitan,
yaong mapanatili
ang kinang ng kanilang bituin,
mapatatag pa lalo ang trono,
at magpapatuloy
ang nakatagong plano

na binabalutan
ng umano'y tapat
na serbisyo.

Ang pagkadiskubre
        sa pangangalap nito
ay wala man lang panginginig
laging handa ang oyaying
pakakawalan sa hangin.

Lalagdaan nila palagi
ang kanilang pagkukubli
sa tinta ng pagkukunwari.

Ngayong Kabilugan ng Buwan

Nagtagpo ang landas natin
sa may kanto
at nagtama ang paningin,

Aninag ang lamlam
sa'yong mga mata, hindi
kagaya ng buwan.

Noong una, ramdam ko
ang 'yung takot, nagdadalawang-
isip kung mananatili

O lalayo at sa ibang
tapat maghihintay
ng masasakyan. Ngunit

sa aking pagngiti,
kahit may pasang di masabi,
batid kong gumaan

ang 'yung damdamin,
kahit kalahating ngiti lang
ang 'yung isinukli. May

kung anong grabedad
ang humila sa atin, nagising
tayong nagkukuwentuhan

na lang sa mga pinagdaanan
natin sa maghapong
pagtratrabaho. Doon ko nabatid

na tanggal ka na
matapos tanggihan ang alok
na karangyaan ng boss mong

kapatid yata ng boss kong
hayok din sa laman. Ngunit
di ko ito masabi sa'yo,

Ayaw kong husgahan mo
ang aking kahinaan
sa pagpapatianod sa pumipilantik

na mga kamay. Tanging
ang buwan ang kanina'y saksi
sa pagyakap sa akin ng dilim.

Mabuti ka pa, ngunit
di ko na nasabi sa bilis mong
pagsakay sa dumating na taksi.

Sa pagtitig sa buwan,
nasambit ko na lang,
sana'y dina tayo nagtagpo.

Minsan, Sa Piling Nila

Madalas
ang nasa isip

ay kung paano sila

sasalo sa binhing

isasaboy
sa bukid, na sabihin

nating ito

ang kanilang

Isip; gaya sa Kasulatan

iba-ibang klase

ng lupa babagsak

ang bawat pakakawalang

binhi

At mapapaisip

kung gaanong wala

o kaunti lang

ang babagsak

sa batuhan o sa pilapil

na siguradong

matapak-tapakan, di

magkakabutil

Mas lalong mapapaisip

kung ang tanging

mga kamay na magsaboy

ay naputol pa

o ang isip

ay ninakawan

ng diwa.

Artipisyal na Galing

Ang gaan ay lalo
pang pinagaan, parang
hangin na lang.

Madali na ang lahat,
wala nang muwang
ang kawalang-muwang.

Lahat may sagot
maski ang mga nasa
rabaw ng Araw.

Di na kailangang
pagurin pa ang utak,
abot-kamay ang lahat.

Pasok lang sa mundong

binuo ng gaan, ala-kidlat,
may sagot na laan.

Kapag sa silid-aralan
at naunahan, maiiwan kang
talunan, makalumang maturingan.

Niyayakap na ng lahat
ang artipisyal na galing,
kayà tayo'y artipisyal na rin.

Sa gaang ipinararamdam,
umuusbong ang pamayanang
hinugot sa kung saan.

At magpapatuloy
ang artipisyal na turingan,
kapatira'y nagiging dayuhan.

Minsan, Ang Butil

Puno ng pag-asa
ang butil na tumubo
sa matabang lupa.

Hindi kagaya
ng mga napadpad sa mabuhangin
at mabatong lupa.

Ngunit minsan, dumarating
ang matiyagang ulan, unti-
unting anurin ang pataba.

Hindi lang hanggang doon,
ang lupa ay pilit tatangayin,
maiiwan ang mga ugat:

Nakalantad, halos walang

makapitan, mabuti na Lang
at di tuluyang naanod.

Subalit di na gaya sa dati,
unti-unting maninilaw ang dahon
saka mangalaglag sa lupang gutom.

Iba ang Panahon

Nasa anyong tubig o yelo
kapag umulan. Ganyan
ang kalakaran ng kalikasan.

Pabor o kalamidad
sa mga alipin ng lupa,
depende sa lakas at tagal ng bagsak.

Hindi naman seguro
dahil sa pagbabago ng panahon
kung bakit kaiba ngayon ang ulan.

Sa pagitan ng mga bundok
na tiningala at tinitingala
nabuo ang napakaitim na ulap.

Sa isang iglap, bumuhos

hindi ng ulan, murang malulutong
at tinalo ang lamig ng Enero.

Itong panahon, marami
pa ang kakaiba, marami
pa ang babahang mura.

Magbunyi, May Gamot Pa Pala Ako

Ang pangangalabit

ng ating kalusugan,

minsan biglaan. Magugulat

na lang sa untyi-unting

pagtatampo ng Musa,

titikom ng panulat,

aakalaing di na muling

mabubuhay. Iisiping

kung makakabalik pa ba

sa paghahabi ng mga salita.

    Maiisip ang mga bagay-bagay

habang nakatanaw sa puting-

putting silid, tanging kasama

ang mga kapwa nabigla. Magkaiba

man ang kuwento ng buhay,

ang kuwento sa silid ay parehas

na parehas. Gagapang sa mga ugat

hanggang sa lahat na bahagi

ng katawan ang kinig at di

nakikilalang anino sa dilim.

Tanging sa salikop ng mga kamay

iaasa ang lahat, isang di dapat

sana nakalimutan nang ayos

pa ang lahat.

Magiging lakas na rin

ang kasabihang di ipinabalikat

ang anumang bigat

kung di natin kakayanin. Tulay

lang daw ito para mas

masumpungan ang dan

tungo sa pagyakap muli

sa Musa.

At nabigyang liwanag ang lahat

na dapat akong magbunyi; may

gamot pa pala ako, yan

ang natiyak nang may nagsambit

sa himpapawid: *walang gamot*

sa kakapalan ng mukha...

Tiyak ko nang gagaling ako,

na wala akong karamdaman,

na ang mga totoong iginugupo

ng sakit ay silang mga nagbabatuhan

sa entabladong tinitingala't kumikinang.

Bintana

Binaklas ko ang bintana ng aking silid.

Hindi na magkasya ang simpleng pamumunas sa mga
kumapit na alikabok

O kumaing kalawang sa mga bakal at pati aluminum
nito

Sa tindi ng ngatngat ng maalat na hanging nanggagaling

Sa dalampasigan ilang metro lamang ang layo.

Kailangan nang baguhin ang lahat, mulang hamba

Hanggang sa salamin sa kung anong pinta ang
magpapatingkad sa paligid nito.

Ang pisara nga na nakagawian, namaalam na

Nakangiti ngayon ang whiteboard at napakalaking TV.

Ang paraan ng pagtanggap ng mga ipinupunlang binhi

Ay naiba na rin, nakatunganga at ayaw magsulat.

Siya pa kayang pasukan lang ng hangin, tanawan ng
kapaligiran

Ang hindi magbibihis, makikisabay sa mga pangyayari?

Sa pagpasok ng Artipisyal na Galing, dadaming Juan
ang titingala

At hintaying mahulog lang ang hinog na bayabas.

Sa kanyang pagbibihis, may pangambang nag-aabang sa
pagbabalik:

Ang nasisilayang nakatayo sa harapan'y tatakasan na rin
ng ngiti.

Bukas na bukas ito ngayon, kung batid lang ang
nakapinid kong utak

Marahil nanaising huwag nang baguhin, bihisan at
mapatingkad.

5 DIYONA

1.   PI

Moro-moro'y nabuhay
Nang malantad ang PI
Bayan natawa na lang.

2.   Alon

Dayuhang mga alon
Sa pampang umaahon
Bayan ay nagugutom.

3.   Bagoong Pilipinas

Ang pangakong tahanan
Ngayo'y nag-uunahang

Titirhan ng kalawang.

4.   **31M**

Noo'y umaalulong
Sila'y pipi sa ngayon
Nabudol sa direksyon.

5.   **Lagablab**

Ang lagablab sa dibdib
Nabuhusan ng tubig
Nang lumuha ang langit.

Bulaklak Ng Mangga

Hitik ngayon sa bulaklak

ang mga mangga, banderitas

bakuran; ang taglay

na bango ng pamumukadkad

ay pinapasok ang kabahayan

kahit ng kapitbahay. Nabubuhay

ang diwa, naaaliw

sa tingkad ng kulay, nanaising

makalipad sa tuktok ng puno

at galugarin ang kabuoan nito.

Magpapaaso pantaboy

sa mga umaaligid na insekto

nang matiyak ang pagkakabuo

sa kinatatakamang bunga nito.

Mapapaisip na lang bigla

sa pagdating ng mabini at matiyagang

ulan, hahaplusin ang mga bulaklak,
pagkatapos ang ilang araw
ang puno'y mababalot ng itim
mangalaglag ang dagta—
ang kinang o tingkad ng kulay

maglalaho sa paningin.

Ang mga murang bungang
kinatatakamang isasawsaw
sa sukang- Ilokano
ay mananatiling pagtakam na lang.

Sadyang maraming bulaklak
na hindi naluluoy
ang itatakas lamang ng panahon.

Ang Lahat sa Atin

Maalat ang hangin dito
maaraw o maulan man
hindi napapawi ang lagkit
ng balat,
yumayapos sa bawat sandali
sa bawat saglit

na pinapanood ko ang mga alon
ang buhangin
ang mga bangkang idinuduyan

ng mga alon. Palaging
may umuukilkil na lamig
abot hanggang litid

gayong nagbabaga
ang sinalampakang dalampasigan

Sa pagtalikod, andiyan na
nga ang nanlalagkit na balat
kaiba sa panlalagkit
'pag tayo'y nagdikit

Maalat ang hangin dito
maalat ang lahat
sa atin...

Liwanag at Gaan

Dahong kumakaway
ang liwanag na handang babalot
sa sinumang yayakap,
magkakaroon ng ningning,
mapapadali ang paglipad
dahil sa gaang dala
ng bawat pagyapos.

Nasa kalawakan
ang lahat ng aklat, hindi
na kailangang buklatin
sa silid-aralan
ang taglay na kislap
ng bawat pahina
ay hihigupin na lang
mulang himpapawid.

Sa pagkasanay, kung maglakad
maramdaman agad
ang ngalay; kung may maliit
na bato sa daraanan, ramdam
kaagad ang sakit.

'Pagkat ang liwanag na inasam
at kinasasabikan
ang magbubulag sa ating
daraanan. Siyang sisilaw
sa kung ano ang taal
sa ating katawan.

Sa daanan, mamumulat:
parami nang parami ang kalat
ng gaan ng liwanag.

Asin

'Pagkat gawa mulang dagat
natural lamang na maalat.

Sa ulam madalas panimpla
nang sumaya ang dila.

Sa paggawa ng bagoong-isda
tanging sahog na nagpapalasa

Sa anumang pagkaing buro
kung wala ay hindi kumpleto.

Sa masarap na tuyo o daing
pinararami ang makaing kanin.

Ano't sa paglobo ng may karamdaman
sinisisi at ito raw ang dahilan.

Natural itong nilikha noon pa
bakit ngayon ay sinusumpa?

Hindi na tinanong kung ano
ang proseso ngayon 'pag binuo.

Kaninong pusong bumukal
na mas maigi 'pag pinaliguan ng kemikal?

Ang dating katangian noon
nilunod na ng makabagong panahon.

Batid naman ang totoo
simputi niya ang papel sa mundo.

Ang Pagtuturo

ito ang pamingwit

maghukay ka ng lintang

pamain, huwag lang

mamihasa sa kung ano man

ang dadapo sa palad

pag-aralan mo ang Teknik

ng pangingisda,

asahan mong laging

may maihahain sa hapag

noon.

nag-iba ang ihip

ng hangin, ikaw ang mamingwit,

magtanggal sa nakuha

at hugasang Mabuti

bago lutuin at ihain,

'wag asahang dudulog
ang mga ipinaghanda

balot sila ng karapatan,
hindi puwedeng masaling
kailangan mo pang nguyain
ang anumang ipapakain

tuloy lang
sa pagpapaintindi
kung paano sila mamuhay,
ikaw man ang masiraan
ng pamingwit, pinili mong
maging alipin ng tisa,
ang pagtuonan ang kanilang bukas,
silang di nakakikilala sa'yo
na ginagawang pamain
ang sarili

Indak

nasa entablado tayong lahat,
kasama sa palabas, at may
nakatutok na kamera

ang kamera
ay sa lahat nakatutok
hindi lang sa mga bihasang
paa

ang liwanag na bumabalot
ay walang nakapagtatago
nalalantad ang ating itinatago

ang ating itinatago
ay hindi nananatiling tago
sa ating pag-indak
lalong nabubunyag

pagkatapos ng palabas
isa lang ang katotohanan,
hindi lahat mapapalakpakan

pagkat ang indak ng buhay
ay magkakaiba ang bagsak,
ang indayog, ang kulay,
ang musika...

matuto tayong makisaliw
sa bawat kumpas
ng tugtog

Magnanakaw

Nagliyab ang dibdib
nang may nagtangkang
kunin ang itlog
na pinakaiingat-ingatan.

Iginuhit sa birtwal na mundo
na siya'y biktima,
inilarawang parang malinaw
na batis ang pagkatao

Inilabas ang nakatutupok
na apoy ng dibdib
at humakot nang humakot
ng simpatiya't pakikiisa

Kung mabasag sana ang dilim
ng kahapon, malalantad

ang kasabihang galit ang magnanakaw

sa kapwa magnanakaw

Secesion

Tuwing maglalaba si nanay,
gaya ng karamihan, pinaghihiwalay
ang mga puti at de-kolor.

Batid na natin ang dahilan
itong nakagawiang Sistema
sa pagkuskos ng mga dumi.

Malinaw ang dahilan
ng paghihiwalay, kalinisang
inaasam sa disenteng pagsusuot.

Kaiba ang pagbukod sa bahagi
ng isang nayon, matatambad lalo
ang putik na dumikit sa puso.

Mahirap labhan, mahirap

paputiin ang namantsahan

sa pansariling kapakanan.

Manteka

Ang gusto ay lahat na lang
ipinadadaan sa kanyang yakap
sa paniwalang mas masarap

ang ulam o anumang pagkain.
Walang panama ang babala
ng mga dalubhasa

sa samang dulot nito sa katawan,
ang mahalaga ay mapagbigyan lagi
ang dila at pang-amoy, bahala na

kung makakaramdam ng kakaiba
kalaunan. At dito tayo lalong
nabibilanggo ng bigat at dilim.

Kung hindi tama ang apoy
at init ng kawali, tumatalsik
at nanganganib ang may hawak

ng sandok. Sa bulwagan
ng mga kagalang-galang, kahanga-hanga
ang galing nila sa pagluluto

sa manteka. Madalas mang hindi tama
ang apoy at init ng lutuan
hindi sila natatalsika sa pilit

nilang niluluto, lutong hindi
para sa bayan, hindi para
sa mamayan, para sa kanilang tiyan.

Kung Paanong Mabuhay Nang Mabigat sa Baryo

Sa bawat bahay
may tinatawag na kamarin
o bodega sa isang bahagi.

Laman nito ang mga itak,
pala, martilyo, lagari, palakol,
araro at kung ano-ano pa,
gagamitin anumang oras
na gugustuhin.

Halimbawa, ang itak
ay panghawan ng damo,
minsan pambungkal
ng pagtatamnan ng mga buto
ng iba't ibang gulay.

Ang lahat ng gamit
ay may kanya-kanyang papel
at panahong kinakailangan;
naghihintay lamang ang mga ito
na pulutin at ilabas.

Sadyaing kalimutan
huwag hasain at hayaang
ang mga ito'y kakainin
ng sariling kalawang;
ganyan maibabaon ang katawan.

Wala sa talas ng mga gamit
ang kanilang pagiging gamit,
nasa utak pa rin ng gumagamit.

Ang Paghahatid

Punong-puno ang bag
ng mga gamit, tinitiyak
na walang makaligtaan.

May mga karton pa
na punong-puno rin
ng abastong pagkain.

Pinupuno rin ng paalala
at pangaral ang utak,
gabay sa babagtasing daan.

At sa paghihiwalay ng yakap
ang bawat isa'y mapupuno
ng bigat ang dibdib.

Sa Aking Sarili

Gaano ba katagal tayong hindi nag-usap
Nang masinsinan? Di ko na maalala
Magsimula ito nang hinanap ko
Ang mga bagay na iyayakap ko sa'yo,
Mga bagay na lalo sanang mag-aangat
Sa katayuan mo, mag-aani ng pagkilala,
O magdala sa'yo nang tuluyan sa ulap.

Nakaligtaan ko na nga kung kailan
Sininop ang mga bagay-bagay, akala ko
Okey ang lahat ng paglisan at paglimot
Alang-alang sa bukas na maaabot.
Nakaligtaan kong habang hinahanap ang katuparan
Ay lalo akong mapapalayo, lumilikha
Ng pagitan natin na hindi namamalayan
Hanggang sa puntong dayuhan tayo sa isa't isa.

Sa aking paghinto, lubos kong natanto
Ang ating pagitan, kung gaano tayo kalayo.

Bukas, o ngayon din, sana'y makahakbang
Nang pabalik sa'yo, umaasang matibag pa
Ang mga bagay-bagay na nagpadayuhan
Sa ating dating relasyon o pagsasama.

Career Guidance Program

Ang tagubilin ay igagayak
ang damit o uniporme ng karerang
ninanais maging.

May nagsuot ng ala-doktor,
-nurse, -inhinyero, -guro,
-sundalo, -honorable, iba-iba.

Walang nakagayak
na ala-magsasaka, -mangingisda,
-karpintero, mangangalakal ng basura.

Puno ng inspirasyon
ang bawat binibigkas
ng mga inanyayahang tagapagsalita.

Sa hilera ng mga saksing magulang
pumatak ang mainit na likido
sa kulubot na pisngi.

Sa gilid naman, isang batang
simple ang gayak ang pinipisil
ang palad, nakatingin sa kawalan.

EDSA

Araw-araw akong lumalabas,

walang bakasyon, kailangang

may maiuwing pagsasaluhan

sa mesa. Sa sandaling liliban, kahit

isang araw, siguradong iiyak

ang mga napagkaitang supling

sa karayo ng isang ilaw ng tahanan.

Nagmamadali ako ngayon,

kailangan ni bunso ng gamot-

napakataas ang lagnat,

dala siguro ng biglang patak

ng ulan kahapon, habang hinihintay

ako sa labasan.

Ang aga pa ngunit di na makausad

ang pupugak-pugak na dyip (marahil

bukas makalawa, wala nang anino nila
sa kalsada),
nakalimutan kong ngayon
ang araw ng paggunita, ang araw
na muling mabubuhay ang araw-araw
na dinaraanan kong EDSA.

Babalik na lang at mangutang muna,
saka na lang ako magpatuloy
bukas kung ayos na ang lahat,
kahit hindi naman ayos
sa anumang araw kong pagdaan,
nang mabayaran ang idinagdag
pang utang sanhi ng walang
kamatayang paggunita.

Water Level

Kami ang unang
nagkaroon ng balon
sa amin.

Sa aming purok, kami
ang naunang nagkaroon
ng balon.

Ang mga hindi nakakaya
ay bukas para
sila'y sumalok, makigamit.

Sagana sa tubig,
napakalinaw, kitang-kita
ang mukha kapag sinilip.

Wala namang naging problema,
araw-araw na buhay

ang paligid, puno ng tawanan.

Mga dekada rin bago
nagkaroon ng de-bombang tubig
ang karamihan.

Tumahimik ang paligid,
nawala ang mga kuwentuhan,
tuluyang nanamlay sa balon.

Noon pa lang nagsimulang
mapansin na kaunting salok lang,
malabo na ang tubig.

Pinahukay, pinalalim
pero ganoon pa rin,
di na aninag ang sarili.

Wala na ang balon,
unti-unti nang natabunan,
de-bomba na rin ang gamit.

Sa Bumabagsak na Gymnasium

Noong simulang ipatayo

halos mapuno ng mga kagalang-galang

ang school ground.

At sa bawat silip

ng kamera ay matatamis

na ngiti at kaway nila.

Tigib ng galak at ngiti

ang bawat silid, bawat sulok

ng munting paaralan.

Makaraan ang isang taon

mabilis na nanginain

ang kalawang.

(Sa una pa lang ay may
pagtutol na sa pagpapatayo
sa lapit nito sa karagatan)

Ang isinumamong pagpapaayos
ay inalat sa lamesa
ng mga kagalang-galang.

Pasalamat na lang
at nang tuluyang bumagsak
sa gabi naganap.

Ano pa, babalik amg lahat
sa maliit at lumang gym
na alikabok lang ang kumapit.

Pasalamat (pa) at Nawala
ang larawan o pedestal
ng "magkano ang akin?"

Sa bansa, maraming nagbabagsakang
gym ang nagsasatinig
ng tinatakpang katotohanan.

Radio Challenge

Bilin ni nanay, 'wag magpakalayo
sa aming paglalaro,
manatili lang sa paligid sa kung saan
abot-tanaw nila.

Sa pagkawili, narrating
ang katabing purok na bahagi pa rin
ng aming munting barangay
kung saan ibinaon ang aking kakambal

Ngunit isang matandang halos
di kita ang mga mata ang lumapit
at kami'y pinapaalis, galit na galit,
nangangambang kami'y mang-uumit.

Kami'y bumalik sa lugar
na abot-tanaw ngga nagmamahal,

na sa puso may isang pangako
maglalaro pa rin sa lahat ng dako.

Walang nagmamay-ari
ang bawat lugar, ang bawat lupa, tubig,
hangin maski ang sariling pangarap,
lahat isinilang na salat.

Ngunit nang muling mapadpad
sa dakong roon ng kanugnog na purok
nginig ang inabot, umaastang sasabog,
para kaming inaagnas, nakakasulasok.

Bumangon ang aming mga balahibo
sa mapanghamong banta ng matanda
na sa susunod na panghihimasok
asong–ulol ang sa ami'y susugod.

3 Tanaga

1.   Multiplication

Multiplicand ang pera
Multiplier ang pita
Product ay tiba-tiba
Busog ang mga buwaya.

2.   AI

Banko ng kaalaman
Ito'y palutang-lutang
Papatak parang ulan
Lunod murang isipan.

3.   100 Taon

Paa ng alupihan
Sama-samang gumapang
Binuo'y kasaysayan,
Mahirap mapantayan.

Hindi Lang sa Cotabato

(Pasintabi, Asin)

Ang sabi ng ina at ama

dito sa liblib

na lugar, magmahalan kayong

magkakapatid, iisa ang dugong

nananalaytay sa inyong mga ugat.

Sama-sama sa paghakbang,

akayin ang madadapa,

ipaalala na kayo'y bahagi

ng lipunang dapat maibangon.

Nang magkaroon ng kalayaang

mag-isip at kumilos, iba-iba

ang daang tinungo. Wala nang batakan

sa mga nadarapa, nagkaroon

ng distansya ang bawat isa,

sinamba ang sarili, inuna ang gaan
at pagdakila. Bawat isa,
nagpatayo ng kanya-kanyang
bakod. At sa muling pagtatagpo
napagtantong iisa ang iniisip,
ang bawat isa'y hadlang sa pagsungkit
ng mga bituing ninanais.

Parang tubig
na lumabnaw ang dugo,
di nakilala ang pagkakakulay,
bumulwak sa mga daanan.

Totoo ngang saan mang sulok,
hindi lang sa Cotabato,
may lapangang nakasusulasok.

Hanggang di napagtitibay
ang ugnayan sa pangalan
sa araw-araw, buhay

ay di masusumpungan

ang lapot ng dugong iniwan

ng mga magulang.

Duck Hair Clip

Kung paanong andiyan na
at sinakop ang mga Kabataan
ay huwag nang pagtakhan,
likas sa ating lahi't kultura
ang tinatawag na bandwagon.
Kaya kailan pa nahuli
itong bansa sa mga uso?
Kailan pa tayo kulelat
sa mga bago sa mundo?
(Kahit na inaalikabok
sa pag-usad, pagsulong).

Gaya ng ibang inilalagay sa buhok,
mga gamit na nagpapatingkad nito,
walang batas o utos na magsasabing
huhuliin ang magsusuot nito
hayaan lang na ipahayag

ang anumang gustuhin ng isip
at puso.

At gaya sa ibang nauso,
darating nang kusa ang pagkalaos nito,
mapapalitan ng bago—
bagong pagkakaguluhan ng mundo.

Minsang Iniba ang Daan Patungong Trabaho

Ano ba ang ipatatayong tirahan
pagdating ng araw?

Sa pagpasok sa paaralan
lulan ng labinlimang taong motorsiklo,
(mukha ng pagiging maasikaso
o sadyang ganoon kahirap
ang maging alipin ng tisa?)
sa di inaasahang dahilan
binagtas ang daang
di naman dating dinaraanan
(hindi ito panggagaya sa larawang
likha ng *The Road Not Taken*),
sumalubong ang sikat ng papaitaas
na araw, sumabay ang dampi

ng maalat na hangin, may lamig
na di mailarawan na siyang bumubuhay
sa diwang animo'y tulog pa.

Dito, tahimik. Walang kasabay,
wala man lang makasalubong
at sa buong biyahe, dalawang kabahayan
lang ang nadaraanan, nakatayo
sa malapit sa pampang, isang kubo
at isang animo'y palasyo. Sumagi
sa isipang ang kubo'y
hindi nakikipagtagisan sa alat
samantalang ang isa'y pilit
na iginugupo ng malagkit na hangin.
At malamang tahimik na namumuhay
ang nasa kubo, musika sa tainga
ang bawat mabasag na alon; at
ang nasa palasyo iniisip kung paano
ang gagawing pagliligtas
sa tahanang naging bahay na lamang.

At kinakain pa ng kalawang…

Ambon

Pawisan akong pumasok

sa kuwarto nila, dala

ang kapiranggot na tisa.

Nasilayan kong puno

ng alikabok

ang mga sapatos.

Ngayon ang sinabing araw

upang tayahin

ang kanilang natutunan.

Hindi pa nasimulan

nang biglang kumulimlim

ang nagbabagang paligid.

Maninipis ang mga ulap
kaya ga-bulak
ang luha ng kalawakan.

Sa resulta ng pagtataya
lalo akong pinagpawisan,
nag-alab ang kalooban.

Saan kaya nila isinisilid
ang mumunting ibinabahagi,
ang iniluluwa ng tisa?

Paglingon sa labas
bago mawala ang kamalayan,
napawi na ang alikabok.

Gabulak mang luha
natitighaw uhaw na lupa
sa tangang pagtitiyaga.

Sa kuwarto, muli,

tiningnan ko sila, ngayon

may pag-alala.

Dilaw

Panahon na muli
ng paghihinog ng mga tiyesa
kaya naman nagkalat
sa lupa ang kulay dilaw,
nakatutuwang pagmasdan
ang mga ibon àt alagang
pato, itik, pabo at manok,
nagsisikain, nag-aagawan.

Naaalala ang kamusmusan
unahan din kami noon
sa pag-akyat at pamimitas
ng makakaing bunga, sarap
na sarap ang bawat isa
at di namamalayang pati damit
ay naninilaw na

una ang aming ngipin

Ang mga bata ngayon
nandidiri, ayaw tikman o lasapin
ang dalang tamis ng nasabing prutas,
nagkakasyang pulutin at masayang
ibinabato sa tabi ng bakod.

Tanging hayop na lamang
ang masayang kumakain,
lumipas na ang aming panahon,
kaya't di na nakapagtatakang
sa paningin ng henerasyong ito
ay napakapusyaw na
ang matingkad na kulay nito.

Kung hayop ang tanging
kumakain nito, malamang
maninilaw ang mga nasa luklukan.

Sa Daan

Marami
ang puwedeng
   pulutan
      itapon
         pahalagahan
      akayin
   simulan.
Ngunit sadyang
may mga bagay
na di laan
sa nakagapos
na kalagayan.

Walang maiiwang
bakas
sa matagal
nang di pagtapak

sa lupa,

sa matagal nang
nawala
sa larangan.

Kaiba

Kakatwa ang umaga
dito sa lunan ng trabaho,
walang paggalaw
ang mga sanga maski dahon
gayong ilang dipa lamang
ang karagatan. Makulimlim
din ang kalawakan, may
kaunting ambon minsan
ngunit damang-dama
ang alinsangan. Sa mata
ng mga bata, may lamlam
habang nakatitig sa laman
ng pisarra. Walang ningning
ang apat na sulok ng silid,
simula pa nang marinig
ko ang kanilang kuwento.

Hindi makapalaot ang kanilang ama,
patuloy sa paglikot ng mga alon,
ang hindi maunawaang direksiyon
ng mga ito. Madalas nagkakasya
sa nahuhukay sa dalampasigan.

Dapat hintayin ko pa
ang pagsilip ng liwanag ng araw,
ang pagpayapa ng karagatan,
bago mahawi ang lamlam
na sumasakop sa silid,
sa gayong pagkakataon
magiging buhay muli
ang apat na sulok nito.

Kakatwa man ang lahat,
mas kakatwa ang magaganap
kapag ako ay malingat
kapag ako ay di maapuhap
sa dahilang may kakatwa rin sa utak.

Hindi Nauulam ang Tula

Kung paanong ang isang makata ay nananatiling kumakatha

Ng iba't ibang tulang alay sa bansa, o panggising ng diwa,

Gayong hindi naman nauulam ang kanyang akda,

Hindi naman pinakikinggan ng mga naghihilik na buwaya.

Kung paanong napagtitiyagaan niyang mapuyat o magpuyat

Mahuli lamang ang musa o mahabi ang laman ng utak

Gayong di pa tiyak kung magugustuhan ang bunga ng panulat

Nitong mga limbagan o kahit sa mga patimpalak.

Kung paanong nagkakasya siya sa dalang galak

Ng bawat mabuong tula ng pag-ibig, pagkawatak-watak

Gayong ang sariling buhay ay di magamot ang bitak

Na dina(da)la ng mga daluyong likha ng kalamidad.

Kung paanong pinagkakaaubusan ng kakarampot na pera
Ang paglikha ng mga inaakalang babago sa bansa
Gayong hindi nauulam ang tula o pambili ng ulam
Ang bayad ng pagpiga sa utak, puso at laman.

Kung paanong patuloy lang siya sa pagbuo ng pangarap
Ay isang hiwaga sa mundo nilang manunulat,
Hiwagang ang normal na pag-iisip ay di madalumat
Hiwagang tanging sila-sila lamang ang nakakabanaag.

Marso

Ang dibdib ng lupa ay di masasawata

sa pag-init, paglagablab,

gagapang hangga't may baga

na di napapatay. At muli, maipipinid

ang mga larawang nakapapanabik

maghahari ang eksenang

wala sa hinagap: mamatay ang ilog,

sapa, talon, at mga bukal; maghuhubad

ang mga puno at nahihiya

ang mga ibong darapo. Magkakabitak

ang mga bukirin, mamahinga

ang mga kulisap sa pag-awit

sa damot ng langit na lumuha.

Sa ganitong panahon

madalas ang iyong pag-uwi

mula sa lupaing mas matindi

ang lagablab na gumagapang

na lalong pinaliliyab ng mga alaala

at pag-alala sa mga iniwan.

Sa sabay nating pagtanaw

sa kinagigiliwan mong lugar

muling nagkakakulay

muling nabubuhay

lalo ang puso kong nangungulila.

Kung maaari lang sanang

di na darating ang tag-ulang

hudyat nang muli mong paglisan,

paniguradong sa puso ang galak

ngunit kailangan,

kailangan naming magtiis

alang-alang sa bukas na ninanais.

Kung Matutulog Na

Sa paghiga, umaasang
kapiling ang kapahingahan,
paanong ang utak ay di masawata,
abalang-abala sa paglakbay kung saan-
saan, di mahanap ang sarili
walang hinto sa paggalugad
ng mga bagay-bagay.

Kaya't kapag tumilaok
ang mga tandang, madalas
ayaw bumangon, ninanais
na lang na nakahiga baka maituloy
ang bitin na biting pag-idlip.

Bagay na di puwede,
mas puwedeng ituloy
ang paghahanap ng kakulangan

na panloob.

Para kung talagang matutulog na
sa mapagpalang kamay
hihiga.

Silang Mangangalakal

Hindi pa pumuputok ang araw
laman na sila ng tambakan
ng basura, silang nakalimutan na
ng panahon, silang kinasangkapan
ng mga nasa luklukan. Sama-sama
silang naghahalukay, pinupuno
ng kuwentuhan, ng tawanan
ang kanilang munting paraiso.

Dito, nasusumpungan nila
ang kanilang sarili, dito sila
ang pangunahing tauhan
ng bawat akdang sama-samang
isusulat sa bundok ng basura.

Madalas binibili ang kanilang akda
sa halagang sinhalaga ng basura

at sa ere o limbagan, papatok
na tanging ang mga may kumikislap
na damit ang nakikinabang. Salamat
at kahit papaano'y ang kuwento nila
ay nagtawid ng isang araw
na walang kumulong tiyan, walang
umiyak na musmos sa gutom.

Kinakailangan nila
ang mga nakaaangat, magdaragdag
ng kanilang hininga kahit papaano,
batid nila yun; kabaligtaran
ng mga nakaaangat na hindi tanto
na silang mahihirap, silang nangangalakal
ang kailangan
ng mga ito sa kaligtasan
ng kanilang kaluluwa.

Pagtawid

Isang umagang hindi aalis
sapagkat di natuloy ang kontratang
bukiring tatamnan ng palay, pinagmasdan
ang dalawang magkatabing kawayan
sa ibabaw ng sapa, araw-araw niya
itong dinaraanan tuwing lalabas
upang gampanan ang tinanggap
na responsibilidad. Ang mga tulos
na sumasalo
ay napagtantong di na magtatagal,
bumibigay na sa tagal ng paninilbihan,
maski ang mga taling gawa sa baging
may bakas na rin ng malapit
na pagkapigtas at ang mga kawayan
mismo'y kailangan nang mapalitan.

Mapapalitan at mapagtiibay

ang mga bagay na nagtatawid sa kanya
sa araw-araw, siya nama'y naghihintay
sa tuluyang pagguho o pagbigay
sa mga anay na unti-unting
kumakain sa kanyang sarili—
mga pesteng umatake nang nakaligtaan
ang halaga ng templong alay sa kanya.

Alipin Ako Ng Tisa, Of Course...

Madalas sinasabi, ang pagtuturo

ang pinakadakilang propesiyon,

samakatuwid, ako pala'y dakila —

dakila sa pagtanggap ng mga anak

na nakalimutan ng mga magulang,

dakila sa pananahimik na lang

kahit pagkatao'y tinatapak-

tapakan, dakila sa kawalan ng karapatang

ilabas ang nararamdaman,

dakila sa ngalan ng matatag na kinabukasan

nilang di nakakikilala ng sakripisyo,

dakila sa kawalang-kibo maski

pinapatid na ang hininga.

Alipin ako ng tisa, *of course*,

dakilang ginagawang

manekin sa harap nila;

dakilang mahihimlay sa nitsong

ang lapida'y tanging pangalan,

petsa ng kapanganakan, ng kamatayan

ang nakaukit; at sa silid-aralan

kay daling makahanap ng kapalit.

Alipin ako ng tisang inalipin

ng ibinantayog,

ng pinaniwalaang sistema

ng aking bread and butter,

of course, dakila,

dakila lang sa tawag,

pampalubag-loob...

Pagsabog

Nang matipon ang mga bihag na tinig
Sa banga, lumikha ng dagundong
Nagkalamat
Nabitak
Nagkapira-piraso
Ang lalagyan.

Nalantad ang mukha
Ng mga nasa palibot
Sa liwanag na likha
Ng pagsabog.

Pagkakaiba

Hindi ang may mataas na grado
ang magaling
o pinakamuhasay

Hindi ang may mababang grado
ang bobo
o pinakamangmang

Mas magaling
mas dakila
ang mangmang
na nakadarama
ng nangangailangan

Mas mangmang
mas nakahihiya

ang pinakamahusay

na di makita

ang kalagayan

ng paligid niya.

Ang Sugat

Wala sa lalim ang hapdi ng sugat
Ng iyong binabata habang nakabayubay sa krus

Wala sa talas at tulis ng patalim na ginamit
Ang umuukilkil na kirot at sakit

Wala sa nabuong kalyo sa paglalakad
Ang dahilan ng pagkasaid ng lakas

Wala sa mga pagkadapa at hampas ng latigo
Ang nakasugat sa iyong isip at puso

Wala sa ipinahigop na suka ang asim
Ng mga naipon sa dibdib

Ang lahat ng kabuoan ng pagpapakasakit

Ay nasa walang kapantay na pag-ibig

Sa sanlibutan, sa mga nilalang
Na mananatiling anak kalian pa man.

Pamamalantsa

Unti -unti ang pag-init ng plantsa.

Umaga, kailangang tanggalin
Ang kusot ng uniporme,
Sa mukha
Ng mga kasama at ng mga bata
Dapat maayos ang lahat, hindi lang
Sa damit at pananamit,
Lahat-
      lahat.

Humaharap ka nga naman
Sa may iba-ibang pang-unawa
At pagkilatis,
Ang pagsuot ng walang kusot
Sinusukat ang kalagayan
Sinusukat ang puso

Sinusukat ang katauhan

Ang init ng plantsa
Kaya ang anumang klase
Ng kusot; ang alab
Ng pagsisilbi hindi nagkakasya
Na ayusin ang kusot sa mukha.

Water Cannon

Naghahabulan ang dalawang bata

Sa parang, napakalutong

Ang kanilang halakhak; ang nauna'y

Ayaw maabutan

Ayaw pahuli

Ayaw makantiyawan.

Binilisan ng humahabol

Ang pagtakbo,

Nakalapit at bumuwelo,

Itinutok ang laruan

Pinisil nang tuluyan

At bumuga nang bumuga

Ng tubig, basang-basa

Ang kalaro,

Tawang-tawa silang pareho.

Magkalaro sila
Hindi kagaya
Ng mga naghahabulan
Sa maalong karagatan.

Pader sa Pagitan

Laging ginagawan
ng paraan, maibigay lang
ang kailangan ng anak.

Ganyan ang nagmamahal
at tunay na magulang,
maparaan kapag anak ang usapan.

Madalas nga lang
hindi nakikilala ang hangganan
ng pagmamahal.

Karamihan ay lumalampas
sa nakatakdang linya,
hindi pinapansin ang ibubunga

Mahalaga'y tuloy-tuloy
ang pagpapakawala ng kalinga.

'Pagkat mahal na mahal

Ang anak. Kapag ang sungay
tumubo, malaki na at napakatulis,
mahirap nang putulin.

Saka mapagtantong
may hangganan dapat ang kalinga,
ang mga luhang papatak

Kailanma'y di malulusaw
ang tumubong pader sa pagitan,
pinatigas ng sobrang mapagbigay.

Kayong Di Nagkasya Sa Aking Pagbagsak

Pagkatapos manalasa ang bagyo

naiwan ang mga halaman

sa aking hardin

na nagkabali-bali

ang mga sanga at puno.

Nanghinayang sa mga bulaklak

na nilamukos at nagpira-piraso

at mga bungang nangalaglag,

nangitim, di na mapakinabangan.

Pinagtiyagaang inayos,

tinanggal nang tuluyan

ang mga baling sangang pilit

pang kumakapit, pilit pang

ipagpapatuloy ang pagiging bahagi

ng pinakapuno.

Sa pagsilip muli ng sinag
ng araw, ang pinagputulan
nagsisuloy at ang mga halama'y
tuluyang umusbong, lumago
at nagkabulaklak
at namumunga muli

Ako'y tao,
pagkatapos ninyong padapain
babangon akong
haharap muli sa inyo
nang higit pa sa mga halaman
sa aking hardin.

Pagpapausok

Umagang makulimlim at tuyot
ang hangin, kukay-ginto
ang mga mangga, abokado
at santol; murang-mura
ang mga bunga ng langka.
Sa ilalim ay nangahimlay
ang mga dahong nagapi
ng mga bulaklak. Hinawakan
ang walis-tingting at pinagampanan
ang kanyang tungkulin.

Hindi na hinakot ang mga naipong
dahon, pinagsama-sama,
sinilaban, at unti-unting
nagliyab; hindi hinayaang
magkaganoon, sa tuwing lalaki
ang apoy, pinapatungan ng mga dahon.

At ang paligid ay napuno
ng usok--minsan pumapaitaas,
minsan pahilaga, pakunlaran
at kung hindi'y patimog, pasilangan.

Nang lingunin ang mga gagintong
bulaklak, kapansin-pansin
ang mga nagsisiliparang samu't
saring insekto.

Lalo ko pang pinausok
ang mga dahon
na ang nasa utak ay silang
nagkukubli sa kayamanan
ng bansang naghihikahos.

Paghahanap

Pagkasilang ng tao
taglay na niya ang kalayaan

Bakit sinasabi ngayong
hanapin ang kalayaan?

Natigmak ng dugo
kaya umalis at nagtago?

Ang kalayaan sa batid ko
ay isang pribiliheyo

Sa pag-abuso ay nawala
ang tunay niyang halaga

Upang muling bumalik
alayan ng luha at pawis

At sa paghahanap dito
tiket ang lapot ng dugo.

Pagkat ang tunay na kalayaan
hinahanap sa kamalayan,

Hinahanap sa kamatayan.

Pagpapahalaga

Ang bata ay nanghihingi
Ng perang ipambili
Ng laruan at makakain.

Ang binata ay nanghihingi
Ng perang ipambibili
Ng bagong selpon at damit.

Ang matanda ay nanghihingi
Ng perang ipamamasahe
Patungong bahay-sambahan.

Gusto ko nang tumanda.

Habang Di Ako Nananghalian

Laging may dalang baon sa pagpasok
Sa trabaho. Simple lang na pantaboy-

gutom,

Nilagang itlog o pritong tuyo, minsan
Inihaw na daing o delatang dinaanan

sa kantina.

Bago ang oras ng trabaho, haharapin
Ang baon, uubusin. Walang oras

nag-almusal

Sa tahanan, kailangang habulin
Ang kamay ng orasan habang hindi pa

tumatapat

Sa hudyat ng pagkaalipin. At sa tanghalian
Wala nang ipanlalaman sa tiyan,
inubos

Sa almusal pa lang, sa gayon ko natanto
Na may gaang yumayapos, hindi na
makakasabayan

Sa lamesa ang mga kasamahang
Kahalintulad ng plastik kong baunan.

Batibat

Laging kulang sa tulog
itong bayan natin, inaantok madalas
ngunit di napagbibigyan ng sapat
na oras ang mga talukap
ng mata para mahimbing sa pagpikit.
Sa pag-idlip saglit
dinadalaw pa ng pagbalikwas
animo'y di makapagsalita
di makasigaw
di makagalaw,
parang yelong tumigas.

Ang tao, kapag sinugod ng bangungot
madalas sinasabi nina apong
na nagpakabundat bajo
natulog. Kaya madalas sermon
ang aabutin kapag nakita ka nilang

parang walang bukas

sa paglamutak ng hapunan.

Malaking kabalintunaan ang lahat,

sabi ng Siyensya,

at ng ordinaryong mamamayan.

Ang nagugutom na bayan sa kalinga,

lagi namang dinadalaw ng batibat.

Hanggang Saan Aabot ang P20 Mo?

Noon, may pagmamalaki
na sasagutin: makabibili
ng 'sankilong bigas.

Nagningning ang mga mata
ng madlang naniwala
sa gintong pangako.

At ngayon, abot na nga
ang pangako, inabot lang
sa pagiging isang pangarap.

About the Author

Jobert M. Pacnis

Namumuhay nang payak sa Brgy. Ammubuan, Ballesteros, Cagayan, si JOBERT M. PACNIS ay alipin ng tisa sa Aparri West National High, Aparri, Cagayan.

Pagkatha't pagtatanim ng mga puno at gulay ang libangan.

Naniniwalang sa pagsusulat, may mababagong buhay.

At patuloy na magsusulat…